Collins